考試登記表

考試日期	考試範圍	[illegible]
______ / ______ / ______	Unit 1	____________ 題
______ / ______ / ______	Unit 2	____________ 題
______ / ______ / ______	Unit 3	____________ 題
______ / ______ / ______	Unit 4	____________ 題
______ / ______ / ______	Unit 5	____________ 題
______ / ______ / ______	Unit 6	____________ 題
______ / ______ / ______	Unit 7	____________ 題
______ / ______ / ______	Unit 8	____________ 題
______ / ______ / ______	Unit 9	____________ 題
______ / ______ / ______	Unit 10	____________ 題
______ / ______ / ______	Unit 11	____________ 題
______ / ______ / ______	Unit 12	____________ 題
______ / ______ / ______	Unit 13	____________ 題
______ / ______ / ______	Unit 14	____________ 題
______ / ______ / ______	Unit 15	____________ 題
______ / ______ / ______	Unit 16	____________ 題
______ / ______ / ______	Unit 17	____________ 題
______ / ______ / ______	Unit 18	____________ 題
______ / ______ / ______	Unit 19	____________ 題
______ / ______ / ______	Unit 20	____________ 題
______ / ______ / ______	Unit 21	____________ 題
______ / ______ / ______	Unit 22	____________ 題
______ / ______ / ______	Unit 23	____________ 題
______ / ______ / ______	Unit 24	____________ 題
______ / ______ / ______	Unit 25	____________ 題
______ / ______ / ______	Unit 26	____________ 題

考試登記表

考試日期	考試範圍	答對題數
____/____/____	Unit 27	________題
____/____/____	Unit 28	________題
____/____/____	Unit 29	________題
____/____/____	Unit 30	________題
____/____/____	Unit 31	________題
____/____/____	Unit 32	________題
____/____/____	Unit 33	________題
____/____/____	Unit 34	________題
____/____/____	Unit 35	________題
____/____/____	Unit 36	________題
____/____/____	Unit 37	________題
____/____/____	Unit 38	________題
____/____/____	Unit 39	________題
____/____/____	Unit 40	________題
____/____/____	Unit 41	________題
____/____/____	Unit 42	________題
____/____/____	Unit 43	________題
____/____/____	Unit 44	________題
____/____/____	Unit 45	________題
____/____/____	Unit 46	________題
____/____/____	Unit 47	________題
____/____/____	Unit 48	________題
____/____/____	Unit 49	________題
____/____/____	Unit 50	________題
____/____/____	英文部首 1-5	________題
____/____/____	英文部首 6-10	________題

英單1500字(上) 自我檢測卷 Unit 1

1. ________________ (感嘆) 你好；哈囉
2. ________________ (名) 名字 (動) 命名；說出名字
3. ________________ (名) 小姐
4. ________________ (名) 女士；小姐
5. ________________ (感嘆) 嘿；嗨
6. ________________ (形) 很好的；精細的
7. ________________ (副) 是；對 (名) 是；肯定；同意
8. ________________ (名) 先生
9. ________________ (名) 太太
10. ________________ (感嘆) 嗨
11. ________________ (動) 道謝
12. ________________ (副) 不；無 (形) 沒有
13. ________________ (形) 抱歉的；遺憾的
14. ________________ (感嘆)(名) 再見
15. ________________ (名) (1)先生 (2)爵士

Note

這個單元主要是在介紹稱謂，記得稱呼人時，不論是先生、女士還是小姐，第一個字母一定要大寫哦！

答對題數： ________________

英單1500字(上) 自我檢測卷 Unit 2

1. ________________________ (名) 兄弟
2. ________________________ (名) (1)姐妹；(2)修女
3. ________________________ (名) 妻子；太太
4. ________________________ (名) 丈夫
5. ________________________ (名) 母親；媽媽
6. ________________________ (名) 奶奶；外婆
7. ________________________ (名) 父親；爸爸
8. ________________________ (名) 爺爺；外公
9. ________________________ (名) 兒子
10. ________________________ (名) 女兒
11. ________________________ (名) 伯父；叔父；舅舅
12. ________________________ (名) 堂(表)兄弟姊姐妹
13. ________________________ (名) 姑姑；阿姨；嬸嬸；舅媽
14. ________________________ (名) 父或母；雙親之一
15. ________________________ (名) 家庭；家人

Note

這一個單元要注意father、mother和brother後面都有-ther，但前方的拼字卻有a和o的區別，不要搞混了哦！

答對題數： ________________

英單1500字(上) 自我檢測卷 Unit 3

1. ______________________ (名) 小孩；年輕人 (動) 開~玩笑
2. ______________________ (名) 客人
3. ______________________ (名) 女人
4. ______________________ (名) 民族；人們
5. ______________________ (名) 王子
6. ______________________ (名) 小孩；孩子
7. ______________________ (名) 人
8. ______________________ (名) 男人；已成年的男性
9. ______________________ (名) 主人
10. ______________________ (名) 嬰兒
11. ______________________ (名) 男孩
12. ______________________ (名) 國王
13. ______________________ (名) 女王；皇后
14. ______________________ (名) 女孩
15. ______________________ (名) 公主；王妃；太子妃

Note

這個單元介紹人的身份，要小心有些字母拼字不易套用自然發音規則，記得熟唸KK才能唸得正確哦！

答對題數： ______________________

英單1500字(上) 自我檢測卷 Unit 4

1. ______________________ (名) 腰部

2. ______________________ (名) 手肘

3. ______________________ (名) 膝蓋

4. ______________________ (名) 頭

5. ______________________ (名) 腳趾；足尖

6. ______________________ (名) (1)腳；(2)英尺(30cm左右)

7. ______________________ (名) 腿

8. ______________________ (名) 腳踝

9. ______________________ (名) 手 (動) 交給；遞給

10. ______________________ (名) 手指

11. ______________________ (名) 大姆指

12. ______________________ (名) 肩膀

13. ______________________ (名) 手臂；上臂

14. ______________________ (名) (1)釘子；(2)指甲

15. ______________________ (名) 臀部；髖部

Note

記身體部位的單字時，記得可以一邊指身體部位、一邊唸出聲音來加強記憶哦！

答對題數： ______________

英單1500字(上) 自我檢測卷 Unit 5

1. ______________________ (名) 嘴巴
2. ______________________ (名) 臉 (動) 面對
3. ______________________ (名) 耳朵
4. ______________________ (名) 鼻子
5. ______________________ (名) 牙齒
6. ______________________ (名) (1)身體；(2)身材；(3)屍體
7. ______________________ (名) 脖子
8. ______________________ (名) 理髮
9. ______________________ (名) 頭髮
10. ______________________ (動) 切；割；減少
11. ______________________ (名) 喉嚨
12. ______________________ (名) 眼睛
13. ______________________ (名) 唇
14. ______________________ (名) 皮膚；外皮
15. ______________________ (名) 舌頭

Note

很多小朋友在寫單字時常會把b和d搞混，像是body這個字記得b像大肚子的媽媽在前面，去掉d是boy男孩，媽媽的身體裡有弟弟，所以boy中間塞入d就是body。

答對題數： ______________

英單1500字(上) 自我檢測卷 Unit 6

1. ______________________ (形) 可愛的；俊俏的
2. ______________________ (形) 漂亮的 (副) 非常；十分；很
3. ______________________ (形) 美麗的；漂亮的
4. ______________________ (形) 出生於；天生的
5. ______________________ (動) (1)成長、生長；(2)種植
6. ______________________ (形) 年輕的；年幼的
7. ______________________ (形) 老的；舊的
8. ______________________ (形) 沈重的；重的
9. ______________________ (形) 短的；矮小的；短缺的
10. ______________________ (形) 高的
11. ______________________ (形) 英俊的；帥
12. ______________________ (形) 苗條的；修長的
13. ______________________ (形) 瘦的；薄的
14. ______________________ (形) 濃厚的；厚的
15. ______________________ (形) 肥胖的 (名) 油脂

Note

在背較長的單字時，記得把音節先分開，再來拼出每個音節的字母，比較容易記得。

答對題數： ______________________

英單1500字(上)自我檢測卷 Unit 7

1. c________________ (形) 瘋狂的
2. ________________ (形) 生氣的
3. ________________ (形) 好奇的
4. m________________ (形) 發瘋的
5. ________________ (形) 快樂的；高興的
6. ________________ (形) 懶惰的
7. ________________ (形) 悲傷的；不幸的
8. ________________ (名) 樂趣 (形) 好玩的
9. ________________ (形) 幽默的
10. ________________ (形) 不快樂的；不高興的
11. ________________ (形) 壞的；不好的；嚴重的
12. ________________ (形) (1)涼爽的 (2)酷炫的
13. ________________ (形) 好笑的；搞笑的；奇怪的
14. ________________ (形) 神經質的；緊張不安的
15. ________________ (形) 好的

Note

這個單元大部分都是形容詞，字尾-y發短[I]的音，要記得哦！

答對題數：________________

英單1500字(上) 自我檢測卷 Unit 8

1. ______________ (動) 喜愛 (名) 所愛的人事物
2. ______________ (形) 勇敢的
3. ______________ (形) (1)聰明的；(2)穿著時髦的
4. ______________ (名) 種類 (形) 仁慈的
5. ______________ (形) 好的；善良的
6. ______________ (形) 誠實的；正直的
7. ______________ (形) 自豪的；驕傲的
8. ______________ (形) 聰明伶俐的
9. ______________ (名) 朋友
10. ______________ (形) 聰明的；有智慧的、明智的
11. ______________ (形) 友善的；親切的
12. ______________ (形) 可愛的
13. ______________ (形) 寂寞的；孤獨的
14. ______________ (形) 愚笨的
15. ______________ (形) 害羞的

Note

拼字要大聲唸出來，聲音發得正確，單字很容易就拼得出來。

答對題數：______________

英單1500字(上) 自我檢測卷 Unit 9

1. ______________________________ (形) 大聲的；喧嘩的
2. ______________________________ (動) 親吻 (名) 吻
3. ______________________________ (動) 喊叫
4. ______________________________ (動) 鼓掌；拍手
5. ______________________________ (動)(名) 微笑
6. ______________________________ (名) 噪音；喧鬧聲
7. ______________________________ (形) 喧鬧的；吵鬧的
8. ______________________________ (動)(名) 打仗；爭吵；打架
9. ______________________________ (形) 骯髒的
10. ______________________________ (動) 笑出聲來 (名) 笑聲
11. ______________________________ (動)(名) 叫喊、大喊大叫
12. ______________________________ (動) 打電話；叫喊
13. ______________________________ (名) (尤指人的)聲音
14. ______________________________ (形) 整齊的；整潔的 (動) 使整齊；整頓
15. ______________________________ (動)(名) 哭；叫喊

Note

單字裡有gh時，通常gh不發音，但拼字時還是要拼出來才可以哦！

答對題數：______________

英單1500字(上) 自我檢測卷 Unit 10

1. ______________________ (形) 黑暗的；深色的；暗的

2. ______________________ (名) 顏色 (動) 著色

3. ______________________ (名) 柳橙；橘色 (形) 橘色的

4. ______________________ (名) 黃色 (形) 黃色的

5. ______________________ (名) 紅色 (形) 紅色的

6. ______________________ (名) 粉紅色 (形) 粉紅色的

7. ______________________ (名) 紫色 (形) 紫色的

8. ______________________ (名) 藍色 (形) 藍色的；憂鬱的

9. ______________________ (名) 棕色 (形) 棕色的

10. ______________________ (名) 綠色 (形) 綠色的

11. ______________________ (名) 灰色 (形) 灰色的

12. ______________________ (名) 黑色 (形) 黑色的

13. ______________________ (形) 明亮的；鮮豔的；聰明的

14. ______________________ (形) 金黃色的

15. ______________________ (名) 白色 (形) 白色的

Note

七色彩虹的「紅橙黃綠藍靛紫」在英文裡有個縮寫叫做ROY. G. BIV.，剛好就是七個顏色的起首字母：Red, Orange, Yellow, Green, Blue, Indigo(靛色), Violet(紫蘿蘭色)，可以唸成Roy G Biv，比較好記哦！

答對題數： ______________

英單1500字(上) 自我檢測卷 Unit 11

1. ______________________ (名)(形) 五；五個
2. ______________________ (名)(形) 四；四個
3. ______________________ (名)(形) 三；三個
4. ______________________ (名)(形) 二；二個
5. ______________________ (名)(形) 一；一個
6. ______________________ (名)(形) 十二；十二個
7. ______________________ (名)(形) 一打(十二個)
8. ______________________ (名) 數字；數目；號碼
9. ______________________ (名) 零
10. ______________________ (名)(形) 十；十個
11. ______________________ (名)(形) 九；九個
12. ______________________ (名)(形) 八；八個
13. ______________________ (名)(形) 七；七個
14. ______________________ (名)(形) 六；六個
15. ______________________ (名)(形) 十一；十一個

Note

聽過童謠「小印第安男孩(Ten Little Indian Boys)」嗎？背數字的時候可以用這首歌來加強記憶哦！

答對題數：______________

英單1500字(上) 自我檢測卷 Unit 12

1. ______________________ (名)(形) 二十；二十個
2. ______________________ (名)(形) 三十；三十個
3. ______________________ (名)(形) 十三；十三個
4. ______________________ (名)(形) 四十；四十個
5. ______________________ (名)(形) 十四；十四個
6. ______________________ (名)(形) 五十；五十個
7. ______________________ (名)(形) 十五；十五個
8. ______________________ (名)(形) 六十；六十個
9. ______________________ (名)(形) 十六；十六個
10. ______________________ (名)(形) 七十；七十個
11. ______________________ (名)(形) 十七；十七個
12. ______________________ (名)(形) 八十；八十個
13. ______________________ (名)(形) 十八；十八個
14. ______________________ (名)(形) 九十；九十個
15. ______________________ (名)(形) 十九；十九個

Note

字從one到nine都背熟後，十幾和幾十的單字很快就可以背得起來哦！

答對題數： ______________

英單1500字(上) 自我檢測卷 Unit 13

1. ______________________ (代) 一些 (形) 某些；若干
2. ______________________ (形) 幾個的
3. ______________________ (形) 很多的(接可數名詞)
4. ______________________ (形) 多的；多(接不可數名詞)
5. ______________________ (形) 全部的
6. ______________________ (形)(代) 每一；各個；各人
7. ______________________ (副)(形)(代) 兩者；兩者都
8. ______________________ (形) 小的；少的；幾乎沒有的
9. ______________________ (片) 一點；一些(接不可數名詞)
10. ______________________ (形) 任何的
11. ______________________ (形) 較少的，較小的
12. ______________________ (形)(副) 更多的 (代) 更多的數量
13. ______________________ (形) 很少的；幾乎沒有的
14. ______________________ (片) 幾個；一些(接可數名詞)
15. ______________________ (片) 很多

Note

表示「許多」和「一些」時，要小心後方搭的是可數名詞還是不可數名詞哦！

答對題數： ______________________

英單1500字(上) 自我檢測卷 Unit 14

1. ______________________ (名) 雨水 (動) 下雨

2. ______________________ (形) 多雨的

3. ______________________ (名) 空氣；天空 (動) 晾乾

4. ______________________ (名) 風

5. ______________________ (形) 風大的

6. ______________________ (名) 天空

7. ______________________ (名) 雲

8. ______________________ (形) 多雲的；像雲的

9. ______________________ (名) (1)星星；(2)明星

10. ______________________ (名) 月亮

11. ______________________ (名) 太陽；陽光

12. ______________________ (形) 晴朗的；有陽光的

13. ______________________ (名) 彩虹

14. ______________________ (名) 雪 (動) 下雪

15. ______________________ (形) 多雪的

Note

名詞的後方加上-y就變成形容詞，表示「多…的」，要記起來哦！

答對題數：______________

英單1500字(上) 自我檢測卷 Unit 15

1. ______________________ (動) (1)吹；(2)爆掉

2. ______________________ (形) 溫暖的 (動) 暖起來

3. ______________________ (動) 冷凍；結凍

4. ______________________ (形) 極冷的

5. ______________________ (名) 颱風

6. ______________________ (名) (1)陣雨；(2)淋浴

7. ______________________ (名) 天氣

8. ______________________ (形) 乾淨的 (動) 清理

9. ______________________ (形) 溼的

10. ______________________ (名) 閃電

11. ______________________ (名) 自然；天性

12. ______________________ (形) 自然的；天生的 (名) 天生好手

13. ______________________ (形) (事物)清晰的；(天氣)晴朗的 (動) 清除掉…

14. ______________________ (名) 雷聲 (動) 打雷

15. ______________________ (形) 潮溼的

Note

「晴朗的」和「乾淨的」是兩個不一樣的字，檢查一下你的拼字拼對了沒有哦！

答對題數： ______________

英單1500字(上) 自我檢測卷 Unit 16

1. ______________________ (動) 慶祝
2. ______________________ (名) 生日
3. ______________________ (名) 假日；假期
4. ______________________ (名) 休假；假期
5. ______________________ (名) 聖誕節
6. ______________________ (名) 萬聖夜；萬聖節
7. ______________________ (名) (1)泉水；(2)春天
8. ______________________ (名) 夏天
9. ______________________ (名) 秋天
10. ______________________ (名) (1)秋天；(2)瀑布 (動) 掉落
11. ______________________ (名) 冬天
12. ______________________ (名) 季節
13. ______________________ (名) 節日；慶祝
14. ______________________ (名) 復活節
15. ______________________ (名) (特殊日子的)前夕

Note

有發現嗎？特別可以慶祝(celebrate)的假期(vacation)都有三個音節，放假最好連放三天，記起來哦！

答對題數： ______________

英單1500字(上) 自我檢測卷 Unit 17

1. ______________________ (名) 早晨；上午

2. ______________________ (名) 正午

3. ______________________ (名) 下午；午後

4. ______________________ (名) 黃昏；晚間

5. ______________________ (名) 夜晚；夜間

6. ______________________ (形)(副) 午前

7. ______________________ (形)(副) 下午的；午後

8. ______________________ (名) 小時

9. ______________________ (名) 分鐘；瞬間；片刻

10. ______________________ (名) 時鐘

11. ______________________ (名) (1)四分之一；(2)一刻鐘(15分鐘)

12. ______________________ (形) 過去的

13. ______________________ (名) 一半；半數

14. ______________________ (名) 午夜；子夜十二點

15. ______________________ (名) …點鐘

Note

每天練習用英文說時間，會記得更熟哦！

答對題數： ______________

英單1500字(上) 自我檢測卷 Unit 18

1. ______________________________ (名) 星期日

2. ______________________________ (名) 星期一

3. ______________________________ (名) 星期二

4. ______________________________ (名) 星期三

5. ______________________________ (名) 星期四

6. ______________________________ (名) 星期五

7. ______________________________ (名) 星期六

8. ______________________________ (名) 週末

9. ______________________________ (名) 週

10. ______________________________ (名) 時間；時期

11. ______________________________ (名) 天；白天

12. ______________________________ (名)(副) 今天；現今

13. ______________________________ (名) 昨天

14. ______________________________ (名)(副) 今晚；今夜

15. ______________________________ (名)(副) 明天；明日；將來

Note

月曆上常會用英文字母縮寫來表示星期幾，看到月曆時記得試試拼出完整的單字。

答對題數： ______________

英單1500字(上) 自我檢測卷 Unit 19

1. ______________________________ (名) 一月

2. ______________________________ (名) 二月

3. ______________________________ (名) 三月

4. ______________________________ (名) 四月

5. ______________________________ (名) 五月

6. ______________________________ (名) 六月

7. ______________________________ (名) 七月

8. ______________________________ (名) 八月

9. ______________________________ (名) 九月

10. ______________________________ (名) 十月

11. ______________________________ (名) 十一月

12. ______________________________ (名) 十二月

13. ______________________________ (名) 年；一年

14. ______________________________ (名) 一個月

15. ______________________________ (名) 月曆

Note

月曆或年曆上常看得到的英文字母縮寫就是月份，有的還會直接印上月份的英文字，看到月曆時別忘了多唸幾遍、加強記憶哦！

答對題數： ______________

英單1500字(上) 自我檢測卷 Unit 20

1. ______________________ (名) 早餐
2. ______________________ (名) 午餐
3. ______________________ (名) 晚餐
4. ______________________ (名) 早午餐
5. ______________________ (名) 菜單；(電腦)功能表；選單
6. ______________________ (名) 食物
7. ______________________ (形) 新鮮的；新近的 (副) 剛剛
8. ______________________ (名) 海鮮
9. ______________________ (動) 燒；燙
10. ______________________ (名) 廚師 (動) 烹煮
11. ______________________ (動) 煮沸
12. ______________________ (名) (1)秩序；(2)訂單 (動) 訂購；點菜
13. ______________________ (動) 吃
14. ______________________ (名) 湯
15. ______________________ (名) (1)油；(2)石油

Note

食物是不可數名詞，所以說「很多食物」要用a lot of food，不能用many哦！

答對題數： ______________________

英單1500字(上) 自我檢測卷 Unit 21

1. ______________________ (名) 米；飯
2. ______________________ (名) 雞；雞肉
3. ______________________ (名) 牛排
4. ______________________ (名) 牛肉
5. ______________________ (名) 豬肉
6. ______________________ (名) 魚；魚肉 (動) 釣魚
7. ______________________ (名) (小)蝦
8. ______________________ (名) 餐
9. ______________________ (名) 麵條
10. ______________________ (名) 披薩
11. ______________________ (名) (1)餃子；(2)水果布丁
12. ______________________ (名) (可食用的)肉類
13. ______________________ (名) 蛋
14. ______________________ (名) 義大利麵
15. ______________________ (名) 玉米片；穀類麥片

Note

記得牛排和牛肉是不同的兩個字，不要搞錯了哦！

答對題數：______________

英單1500字(上) 自我檢測卷 Unit 22

1. ______________________ (名) 玉米
2. ______________________ (名) 胡蘿蔔
3. ______________________ (名) 甘藍菜；捲心菜；高麗菜
4. ______________________ (名) 蔬菜
5. ______________________ (名) 南瓜
6. ______________________ (名) 萵苣
7. ______________________ (名) 蕃茄
8. ______________________ (名) 洋蔥
9. ______________________ (名) 芹菜
10. ______________________ (名) 豌豆
11. ______________________ (名) 乳酪；起司
12. ______________________ (名) 豆類；豆子的總稱
13. ______________________ (名) 堅果；核果
14. ______________________ (名) 馬鈴薯
15. ______________________ (名) 豆腐

Note

記得馬鈴薯和蕃茄的母音字母組合都一樣是o-a-o，一次就能輕鬆記兩個字哦！

答對題數： ______________

英單1500字(上) 自我檢測卷 Unit 23

1. ______________________ (名) 草莓
2. ______________________ (名) 芒果
3. ______________________ (名) 水果
4. ______________________ (名) 芭樂
5. ______________________ (名) 香蕉
6. ______________________ (名) 木瓜
7. ______________________ (名) 水 (動) 澆水；流出水
8. ______________________ (名) 西瓜
9. ______________________ (名) 桃子
10. ______________________ (名) 蘋果
11. ______________________ (名) 鳳梨
12. ______________________ (名) 洋梨
13. ______________________ (名) 檸檬 (形) 檸檬黃
14. ______________________ (名) 柳橙；橘色 (形) 橘色的
15. ______________________ (名) 葡萄

Note

上菜市場是練英文的最好時機，看到水果，記得心中把單字唸一次、拼一次，就能加強記憶哦！

答對題數： ______________

英單1500字(上) 自我檢測卷 Unit 24

1. ______________________ (名) 火腿
2. h_____________________ (名) 漢堡
3. b_____________________ (名) 漢堡
4. ______________________ (名) 吐司；烤麵包片
5. ______________________ (名) 蛋糕
6. ______________________ (名) 派
7. ______________________ (名) 餅乾
8. ______________________ (名) 麵包
9. ______________________ (名) (1)果醬；(2)擁擠
10. ______________________ (名) 三明治
11. ______________________ (形) 熱的
12. ______________________ (名) 熱狗
13. ______________________ (名) 小圓甜麵包
14. ______________________ (動) 煎；炸；炒 (名) 炸的東西
15. ______________________ (名) 炸薯條

Note

很多食物的單字，只要背了一個，很快就能熟悉第二個，像ham和hamburger就是相關性很高的兩個字，掌握這個重點，背單字一點都不難哦！

答對題數： ______________

英單1500字(上) 自我檢測卷 Unit 25

1. ________________ (名) 咖啡
2. ________________ (名) 可樂（商標名）
3. ________________ (動) 喝；飲酒 (名) 飲料
4. ________________ (名) 茶
5. ________________ (名) 啤酒
6. ________________ (名) 牛奶 (動) 擠(牛)奶
7. ________________ (名) 蘇打；氣泡飲料
8. ________________ (名) 果汁；肉汁
9. ________________ (名) 沙拉
10. ________________ (名) 鹽
11. ________________ (名) 糖
12. ________________ (名) 胡椒；胡椒粉
13. ________________ (名) 奶油
14. ________________ (名) 蕃茄醬
15. ________________ (名) 醬油

Note

要記得液體的飲料都是不可以數的名詞，用在句子裡一定要加上單位像是：罐(can)、杯(cup, glass)或是瓶(bottle)哦！

答對題數： ________________

英單1500字(上) 自我檢測卷 Unit 26

1. ______________________________ (形) 飢餓的；渴望的
2. ______________________________ (形) 口渴的
3. ______________________________ (形) 滿的
4. ______________________________ (名) 冰
5. ______________________________ (名) 奶油；乳霜
6. ______________________________ (名) 冰淇淋
7. y_____________________________ (形) 可口的
8. ______________________________ (名) 爆玉米花
9. ______________________________ (名) 巧克力 (形) 巧克力口味的
10. ______________________________ (名) 糖果
11. ______________________________ (形) (1)甜的；(2)親切的
12. d_____________________________ (形) 美味的
13. ______________________________ (名) 小點心
14. ______________________________ (形) 苦的；辛酸的
15. ______________________________ (形) 酸的

Note

「肚子餓」和「匈牙利」兩個英文字的拼字是有差別的，不要記錯，檢查一下吧！

答對題數： ______________

英單1500字(上) 自我檢測卷 Unit 27

1. ______________________ (介)(副) 在…裡面；在裡面

2. ______________________ (介) 在…上面 (副) (動作)繼續下去

3. ______________________ (介) 在…地點；在…時刻

4. ______________________ (介) 在下方；在…之下；低於

5. ______________________ (介) 在…之上 (副) 在較高處

6. ______________________ (介) 低於下方 (副) 在下面

7. ______________________ (介) 來自…；從…來

8. ______________________ (介) 向；到 (不定詞) (為了)去…

9. ______________________ (介) …的(表示所有權、份量等)

10. ______________________ (副) 離去；出去；向外

11. ______________________ (介) 在…上 (副) 在…上面；在高處

12. ______________________ (介) 在中間；介於二者之間

13. ______________________ (動) 關閉 (形) 近的；親密的

14. ______________________ (介)(副) (1)離開；(2)去除；除掉

15. ______________________ (形) (距離或時間)近的

Note

記介系詞in, on, at時，再把徐老師教你如何分辨用法的講解聽一次，更能加深印象哦！

答對題數： ______________

英單1500字(上) 自我檢測卷 Unit 28

1. ______________________ (名) 門
2. ______________________ (名) 地板；樓層
3. ______________________ (名) 房屋；平房
4. ______________________ (名) 家事
5. ______________________ (名) 垃圾
6. ______________________ (名) (1)院子 (2)碼(長度單位)
7. ______________________ (名) 車庫
8. ______________________ (名) 花園、庭園
9. ______________________ (名) 家
10. ______________________ (名) 作業；功課
11. ______________________ (名) 牆
12. ______________________ (名) 大門
13. ______________________ (名) (1)螢幕；(2)紗窗
14. ______________________ (名) 陽台
15. ______________________ (名) 窗戶

Note

這個單元裡的拼字-oo-發音是另一種唸法，小心不要唸錯哦！

答對題數：______________________

英單1500字(上) 自我檢測卷 Unit 29

1. ______________________ (動) 生活；居住 (形)(副) 現場的
2. ______________________ (名) (1)房間；(2)空間
3. ______________________ (名) 客廳
4. ______________________ (名) (1)餐桌；桌子；(2)表格
5. ______________________ (名) 椅子
6. ______________________ (名) 沙發
7. ______________________ (名) 躺椅；長沙發；貴妃椅
8. ______________________ (名) 板凳；長凳
9. ______________________ (名) 電視
10. ______________________ (名) (1)風扇；扇子；(2)～迷、粉絲
11. ______________________ (名) 電話；話機
12. ______________________ (名) 桌子；書桌
13. ______________________ (名) 鎖 (動) 上鎖
14. ______________________ (名) 附鎖的置物櫃
15. ______________________ (名) (1)教練；(1)客車廂

Note

背長單字時，可以先把單字拆成數個音節，然後再一個音節一個音節拼出字母，記得要一邊手寫一邊唸，才會記得牢哦！

答對題數： ______________

英單1500字(上) 自我檢測卷 Unit 30

1. ______________________ (名) 床
2. ______________________ (名) (1)壁櫥；(2)碗櫥；(3)衣櫥
3. ______________________ (動) (1)吊；掛；懸著 (2)絞刑；吊死
4. ______________________ (名) 掛鉤
5. ______________________ (名) 枕頭
6. ______________________ (名) 毛毯
7. ______________________ (名) 床單；(一)張、片
8. ______________________ (名) 臥房
9. ______________________ (動)(名) 學習；研讀 (名) 書房
10. ______________________ (名) 電腦；計算機
11. ______________________ (名) 燈；檯燈；路燈
12. ______________________ (名) (1)光線；(2)燈 (形) (1)明亮的；(2)輕的
13. ______________________ (動) 印製
14. ______________________ (動) 影印；複製 (名) 冊
15. ______________________ (名) (1)印表機；(2)印刷工人

Note

「床單(sheet)」唸的時候要發長[i]的音，人家才不會以為你是在罵人哦！

答對題數： ______________________

英單1500字(上) 自我檢測卷 Unit 31

1. ______________________ (名) 浴室；洗手間
2. ______________________ (名) 架子
3. ______________________ (名) 牙刷
4. ______________________ (名) (1)杯子；一杯的量 (2)獎盃
5. ______________________ (名) 蓋子
6. ______________________ (名) 肥皂
7. ______________________ (名) 鏡子
8. ______________________ (名) 桶；木盆
9. ______________________ (名) 廁所；馬桶
10. ______________________ (名) 洗碗槽；洗手槽 (動) 下沉；沒入
11. ______________________ (動) 刷 (名) 刷子
12. ______________________ (名) 毛巾
13. ______________________ (名) 洗澡；泡澡
14. ______________________ (動) 弄乾 (形) 乾燥的
15. ______________________ (名) (1)吹風機；(2)烘乾機

Note

毛巾(towel)和高塔(tower)拼字就差一個字母，拼字要小心哦！

答對題數： ______________________

英單1500字(上) 自我檢測卷 Unit 32

1. ________________ (名) 碗；一碗的量

2. ________________ (名) 盤子；盆；碟

3. ________________ (名) 烤箱

4. ________________ (名) 壺；鍋

5. ________________ (名) 廚房

6. ________________ (名) 火爐

7. ________________ (名) 平底鍋

8. ________________ (名) 碗盤；一盤(菜餚)

9. ________________ (名) 筷子(複數)

10. ________________ (名) 刀子；小刀

11. ________________ (名) 湯匙

12. ________________ (名) 叉子

13. ________________ (名) 飯廳

14. ________________ (名) 汽油；瓦斯

15. ________________ (名) 火，火災

Note

鍋碗瓢盆的單字大多用自然發音規則就可以唸得出來，唸得正確，拼字很容易就拼出來囉！

答對題數： ________________

英單1500字(上) 自我檢測卷 Unit 33

1. ______________________ (名) 一對；一雙
2. ______________________ (名) 瓶子；一瓶的量
3. ______________________ (名) 罐頭 (動) 裝罐頭 (助) 可以，會
4. ______________________ (名) (1)稻草；(2)吸管
5. ______________________ (名) 餐巾
6. ______________________ (名) 一片；一塊；一件
7. ______________________ (名) 垃圾
8. ______________________ (名) 煙斗；笛子；管子
9. ______________________ (名) 繩索
10. ______________________ (名) 鐵鎚；榔頭
11. ______________________ (名) 工具
12. ______________________ (名) 針
13. ______________________ (名) 大頭針；別針
14. ______________________ (名) (1)玻璃；(2)玻璃杯
15. ______________________ (名) 薄片；切片 (動) 把…切成薄片

Note

needle是指縫衣針或注射用的針，pin是指大頭針或別針，是不一樣的針，要分清楚哦！

答對題數：______________

英單1500字(上) 自我檢測卷 Unit 34

1. ______________________ (名) 牛仔褲

2. ______________________ (名) 襯衫

3. ______________________ (名) 洋裝、服裝 (動) 穿衣；打扮

4. ______________________ (名) 裙子

5. ______________________ (名) T恤

6. ______________________ (名) (1) (英)男人的內褲 (2) (美)長褲

7. ______________________ (名) 內衣

8. ______________________ (名) 短上衣；夾克外套

9. ______________________ (名) 毛衣；毛線衫

10. ______________________ (名) 外套；大衣

11. ______________________ (名) 衣服、衣物

12. ______________________ (名) (附抽屜的)梳妝枱；五斗櫃；餐具櫃

13. ______________________ (名) 背心；(英)貼身背心內衣

14. ______________________ (名) 寬鬆運動短褲

15. ______________________ (名) 睡衣褲

Note

記得牛仔褲有兩條褲管，單字結尾要有-s。

答對題數：______________

英單1500字(上) 自我檢測卷 Unit 35

1. ______________________ (名) (1)(一套)衣服 (2)西裝
2. ______________________ (名) 泳衣
3. ______________________ (名) 制服
4. ______________________ (名) 口袋
5. ______________________ (名) 項鍊
6. ______________________ (名) 雨衣
7. ______________________ (動) 繫；栓 (名) 領帶
8. ______________________ (名) 帶狀物；腰帶
9. ______________________ (名) (1)鈕扣；(2)按鈕
10. ______________________ (名) 襪子(複數)
11. ______________________ (名) (1)戒指；環狀物；(2)鈴聲
12. ______________________ (名) 耳環；耳飾
13. ______________________ (名) 拖鞋(複數)
14. ______________________ (名) 運動鞋(複數)
15. ______________________ (名) 鞋子(複數)

Note

襪子、鞋子、拖鞋和運動鞋都是一雙一雙的，在使用的時候不要忘記加s哦！

答對題數： ______________

英單1500字(上) 自我檢測卷 Unit 36

1. ________________ (名) 雨傘

2. ________________ (名) 手套

3. ________________ (名) 圍巾；領巾

4. ________________ (名) 袋、包

5. ________________ (名) 手帕

6. ________________ (名) 鑰匙

7. ________________ (動) 梳理 (名) 梳子

8. ________________ (名) 帽子

9. ________________ (名) 運動帽；便帽

10. ________________ (名) 錢包；(女用)手提包

11. ________________ (名) (1)面具；(2)口罩

12. ________________ (名) 皮夾；錢包

13. ________________ (名) 筆

14. ________________ (名) 盒子；箱子

15. ________________ (名) 眼鏡

Note

-mb兩個字母合在一起時，b是不發音的，所以不要發出[b]的音哦！

答對題數： ________________

英單1500字(上)自我檢測卷 Unit 37

1. ______________________ (形) 唯一的
2. ______________________ (副) 以前
3. ______________________ (介) 以後 (副) 在…之後
4. ______________________ (形) 小的
5. ______________________ (形) 中等的；中號的
6. ______________________ (形) 大的；大型號的
7. ______________________ (介) 加
8. ______________________ (形) 大的
9. ______________________ (介) 減去
10. ______________________ (形) 充足的；足夠的
11. ______________________ (介)(副) 大約；將近
12. ______________________ (介) (1)在…旁邊；(2)透過；(3)搭…交通工具

    (副) 經過；在旁邊
13. ______________________ (介) 在上方 (副) 向上
14. ______________________ (介) 在下面 (副) 往下
15. ______________________ (介) 為了…

Note

買衣服時你是穿S號、M號還是L號呢？選衣服時記得拼出完整單字、加強印象哦！

答對題數：______________

英單1500字(上)自我檢測卷 Unit 38

1. ______________________ (動)(名) 睡覺

2. ______________________ (動) (1)撒謊；(2)躺(下) (名) 謊言

3. ______________________ (形) 睡著的

4. ______________________ (形) 愛睏的；想睡的

5. ______________________ (動) 來

6. ______________________ (動) 去；走；離開

7. ______________________ (動)(名) 說話

8. ______________________ (動) 走路

9. ______________________ (動) 站立 (名) 攤位

10. ______________________ (動) 坐

11. ______________________ (名) (1)休息；(2)其餘的部分 (動) 休息

12. ______________________ (動)(名) 搬家；移動

13. ______________________ (動) 離開 (名) 休假

14. ______________________ (動) (1)玩；(2)彈奏(樂器)；(3)打球；(4)下棋 (名) 一齣劇

15. ______________________ (動) 醒來；使醒來

Note

睡著和想睡是不同的狀態，一個是sleep前面加a-，另一個是字尾加-y，要搞清楚哦！

答對題數： ______________________

英單1500字(上) 自我檢測卷 Unit 39

1. ______________________ (動) 想要
2. ______________________ (動) 希望 (名) 願望
3. ______________________ (動) 買
4. ______________________ (動) 猜測；猜想
5. ______________________ (動) 想；思考；認為
6. ______________________ (動) 知道；了解；認識
7. ______________________ (動) 喜歡 (介) 像
8. ______________________ (動) 享受；喜歡
9. ______________________ (動) 看 (名) 臉色；表情
10. ______________________ (動) 看見；了解
11. ______________________ (名) 手錶 (動) 看；觀賞
12. ______________________ (動) 痛恨；討厭
13. ______________________ (動) 忘記
14. ______________________ (動) 記得
15. ______________________ (動)(名) 需要；需求

Note

see是指一般的看、watch是觀賞、look則是盯著看，三種「看」法用的時候要注意哦！

答對題數： ______________

英單1500字(上) 自我檢測卷 Unit 40

1. ______________________ (名) 球

2. ______________________ (名) 玩偶；洋娃娃

3. ______________________ (名) (1)遊戲；(2)一局(棋賽、球賽等)

4. ______________________ (名) 玩具

5. ______________________ (名) 汽球

6. ______________________ (名) (1)卡片；(2)名片；(3)紙牌

7. ______________________ (名) 棋子；西洋棋

8. ______________________ (名) (1)猜謎；謎題；(2)拼圖

9. ______________________ (名) 圖畫；照片 (動) 描繪；想像

10. ______________________ (名) 嗜好

11. ______________________ (名) 照相機

12. ______________________ (名) 照片

13. ______________________ (名) 小說 (形) 新奇的

14. ______________________ (名) 郵票 (動) (1)用力踩；(2)蓋章

15. ______________________ (名) 漫畫 (形) 有趣滑稽的

Note

嗜好(hobby)和習慣(habit)兩個字發音很相近，但是指完全不一樣的東西，要小心哦！

答對題數： ______________

英單1500字(上) 自我檢測卷 Unit 41

1. ______________________ (名)(動) 野餐
2. ______________________ (名) 風箏
3. ______________________ (動) (1)衝浪；(2)(在網路上)瀏覽
4. ______________________ (動) 滑雪 (名) 滑雪板
5. ______________________ (名) 飛盤
6. ______________________ (動) 慢跑
7. ______________________ (動) 溜冰
8. ______________________ (名)(動) 遠足；郊遊；登山
9. ______________________ (名) 烤肉
10. ______________________ (動) 攀爬
11. ______________________ (名)(動) 旅遊；旅行
12. ______________________ (名) 腳踏車、自行車 (動) 騎腳踏車
13. ______________________ (名) (短程)旅行 (動) 絆倒
14. ______________________ (動)(名) 露營；營地
15. ______________________ (動) 游泳

Note

飛盤的名稱是由商標名稱變化而來的，所以第一個字母的F要大寫哦！

答對題數： ______________

英單1500字(上) 自我檢測卷 Unit 42

1. ______________________________ (動) 抓；捕

2. ______________________________ (名) 賽跑；競賽

3. ______________________________ (動) 放置；擺置

4. ______________________________ (動) 踢

5. ______________________________ (動)(名) 跳；單腳跳；(小鳥、蛙等)齊足跳躍

6. ______________________________ (動)(名) 拿；攜帶

7. ______________________________ (動) 敲

8. ______________________________ (動) 帶來，拿來

9. ______________________________ (動) 投；擲

10. ______________________________ (動)(名) 跳躍

11. ______________________________ (動) (隨身)帶著

12. ______________________________ (動)(名) 拉；扯

13. ______________________________ (動) 奔跑

14. ______________________________ (動) 得到；變得

15. ______________________________ (動)(名) 推；按

Note

take、bring、和carry都是拿著，但take是指「由別處拿過來」、bring是「帶過來」、carry則有「隨身帶著」的意思，要分辨清楚哦！

答對題數： ______________

英單1500字(上) 自我檢測卷 Unit 43

1. ____________________ (名) 籃子

2. ____________________ (名)(動) (1)運動；(2)練習題

3. ____________________ (名) 保齡球

4. ____________________ (名) 高爾夫

5. ____________________ (名) (1)基礎；(2)基地；(3)壘包

6. ____________________ (名) 羽毛球

7. ____________________ (名) 排球

8. ____________________ (名) (球類)運動

9. ____________________ (名) 隊伍；團隊

10. ____________________ (名) 棒球

11. ____________________ (名) 足球

12. ____________________ (名) 籃球

13. ____________________ (名) (1)足球；(2)美式足球

14. ____________________ (名) 網球

15. ____________________ (名) 躲避球

Note

exercise泛指一般的體能運動，sport則偏向指球類活動，兩個字有點不一樣，要分清楚哦！

答對題數： ____________________

英單1500字(上) 自我檢測卷 Unit 44

1. ______________________ (動)(名) 跳舞；舞蹈

2. ______________________ (名) (1)樂團；(2)條狀物；(3)長帶子；(4)河岸

3. ______________________ (名) 小提琴

4. ______________________ (名) 鼓 (動) 擊鼓

5. ______________________ (名) 電影

6. ______________________ (名) 吉他

7. ______________________ (名) 卡通

8. ______________________ (名) 歌曲

9. ______________________ (名) 爵士樂

10. ______________________ (名) 鋼琴

11. ______________________ (名) 膠捲、底片；電影 (動) 拍電影

12. ______________________ (名) 長笛

13. ______________________ (動) 唱

14. ______________________ (名) 戲劇

15. ______________________ (名) 音樂

Note

彈奏樂器通常我們會用動詞play，打球類運動也是用play，但打球時運動種類前方不加定冠詞the，彈奏樂器時，樂器前方則要加the。

答對題數：______________

英單1500字(上) 自我檢測卷 Unit 45

1. ______________________ (形) 公平的；晴朗的 (名) 市集；露天遊樂場
2. ______________________ (形) 很好的；偉大的
3. ______________________ (形) 容易的；簡單的
4. ______________________ (形) 困難的；費力的
5. ______________________ (形) 幸運的
6. s_____________________ (動)(名) 開始
7. ______________________ (形) 一樣的；相同的
8. ______________________ (形) 安全的 (名) 保險箱
9. ______________________ (動) 變成；變得
10. b_____________________ (動) 開始
11. ______________________ (動) 打破；違背；中斷 (名) 休息
12. ______________________ (形) 基本的
13. ______________________ (形) 危險的
14. ______________________ (形) 不同的；不一樣的
15. ______________________ (形) (1)免費的；(2)自由的

Note

begin和start都是指「開始」，後方可以加不定詞或動名詞，都是一樣的意思哦！

答對題數： ______________

英單1500字(上) 自我檢測卷 Unit 46

1. ______________________ (名) 螞蟻
2. ______________________ (名) 草；草坪
3. ______________________ (名) 蜘蛛
4. ______________________ (名) (1)蜂蜜；(2)甜心
5. ______________________ (名) 花
6. ______________________ (名) 蝸牛
7. ______________________ (名) 葉子
8. ______________________ (名) 薔薇；玫瑰
9. ______________________ (名) 蛇
10. ______________________ (名) 種子
11. ______________________ (名) 蝴蝶
12. ______________________ (名) (1)蜜蜂 (2)競賽
13. ______________________ (名) 地上；(戶外)土地
14. ______________________ (名) 樹
15. ______________________ (名) 青蛙

Note

leaf是指一片葉子，指很多片葉子時，後方的結尾的-f要改成-ves，變成leaves，和動詞離開(leave)的第三人稱單數用法時拼字一樣呢，不過動詞的原形是leave，不是leaf，拼字要小心哦！

答對題數： ______________________

英單1500字(上) 自我檢測卷 Unit 47

1. ______________________ (名) 巢；窩；穴
2. ______________________ (名) 蟑螂
3. ______________________ (動) 殺；殺死
4. ______________________ (名) (1)老鼠；(2)(電腦用語)滑鼠
5. ______________________ (名) 蟲
6. ______________________ (名) 翅膀
7. ______________________ (動) (狗)吠叫
8. ______________________ (名) (1)球棒；(2)蝙蝠
9. ______________________ (名) 血
10. ______________________ (名) 尾巴
11. ______________________ (名) 昆蟲
12. ______________________ (動) 咬 (名) 咬一口
13. ______________________ (名) (1)大型老鼠；(2)鼠輩，叛徒
14. ______________________ (名) 小蟲子
15. ______________________ (名) 蚊子

Note

這個單元的單字大多用自然發音的規則就可唸得很正確，記得大聲唸，可以幫助記得拼字哦！

答對題數： ______________________

英單1500字(上) 自我檢測卷 Unit 48

1. ______________________ (名) 綿羊

2. ______________________ (名) 母雞

3. ______________________ (名) 鳥

4. ______________________ (名) 乳牛；母牛

5. ______________________ (名) 小狗

6. ______________________ (名) 兔子

7. ______________________ (名) 豬

8. ______________________ (名) 狗

9. ______________________ (名) 寵物

10. ______________________ (名) 馬

11. ______________________ (名) 鴨；鴨肉

12. ______________________ (名) 貓

13. ______________________ (名) 天鵝

14. ______________________ (名) 鵝

15. ______________________ (名) 火雞

Note

火雞和土耳其都是同一個單字turkey，變成國名時記得t要大寫哦！

答對題數： ______________

英單1500字(上) 自我檢測卷 Unit 49

1. ______________________ (名) 河馬
2. ______________________ (名) 猴子
3. ______________________ (名) 獅子
4. ______________________ (名) 大象
5. ______________________ (名) 燕子 (動) 吞下；嚥下
6. ______________________ (名) 驢
7. ______________________ (名) 熊 (動) 忍受；生育；生產
8. ______________________ (名) 老虎
9. ______________________ (名) 斑馬
10. ______________________ (名) 動物
11. ______________________ (名) 鹿
12. ______________________ (名) 牛
13. ______________________ (名) 狐狸；狡猾的人
14. ______________________ (名) 鴿子
15. ______________________ (名) 老鷹

Note

鹿deer的單數和複數都是deer，不用再加s哦！

答對題數： ______________

英單1500字(上) 自我檢測卷 Unit 50

1. ____________________ (名) 狼
2. ____________________ (名) 鯊魚
3. ____________________ (名) 無尾熊
4. ____________________ (名) 蟹
5. ____________________ (名) 怪物
6. ____________________ (名) 小羊；羔羊
7. ____________________ (名) 袋鼠
8. ____________________ (名) 鯨
9. ____________________ (名) 熊貓
10. ____________________ (名) 龍
11. ____________________ (名) 恐龍
12. ____________________ (名) 海龜
13. ____________________ (名) 山羊
14. ____________________ (名) 海豚
15. ____________________ (名) 鸚鵡

Note

小羊lamb，結尾的b不發音，唸的時候不發[b]，但拼字時要記得寫上b哦！

答對題數： ____________________

英單1500字(上) 自我檢測卷 英文部首1~5

1. ______________________ (名) 作家；作者

2. ______________________ (名) 訪問者；觀光者

3. ______________________ (名) 歌手

4. ______________________ (名) 演員

5. ______________________ (名) 指揮者；導演

6. ______________________ (名) 冷凍庫；冷凍櫃

7. ______________________ (名) (1)畫家；(2)抽屜

8. ______________________ (名) (1)說話者；演說家；(2)擴音器

9. ______________________ (名) 女演員

10. ______________________ (名) 女服務生

11. ______________________ (名) 母老虎；兇悍的女生

12. ______________________ (名) 牙醫

13. ______________________ (名) 科學家

14. ______________________ (名) 藝術家

15. ______________________ (名) 專家

16. ______________________ (名) 運動員

17. ______________________ (名) 銷售員

18. ______________________ (名) 郵差

19. ______________________ (名) 商人

20. ______________________ (名) 主席

答對題數： ______________

英單1500字(上) 自我檢測卷 英文部首6~10

1. ______________________________ (形) 多采多姿的；鮮豔的
2. ______________________________ (形) 小心的；仔細的
3. ______________________________ (形) 有希望的
4. ______________________________ (形) 有幫助的
5. ______________________________ (形) 沒希望的；沒指望的
6. ______________________________ (形) 無價的；極珍貴的
7. ______________________________ (形) 沒有用的；無益的
8. ______________________________ (形) 無價值的；沒有用處的
9. ______________________________ (動) 使無能力
10. ______________________________ (動) 討厭
11. ______________________________ (動) 發現
12. ______________________________ (動) 回顧；重新檢視；復習
13. ______________________________ (動) 提醒；使想起
14. ______________________________ (動) 重做
15. ______________________________ (動) 歸還；返回
16. ______________________________ (動)(名) 重播
17. ______________________________ (形) 不安的，擔心的
18. ______________________________ (動) 解開；鬆綁
19. ______________________________ (形) 不幸的；不開心的
20. ______________________________ (動) 開…鎖
21. ______________________________ (形) 不幸運；倒楣的

答對題數： ______________